தன்முனைக்கவிதைகள் அந்தாதி

பாவலர்மணி இராம வேல்முருகன்

வலங்கைமான்

ukiyoto®

Ukiyoto Publishing

Published in 2021

ISBN 978-93-5490-200-0

இந்த படைப்பு ***Pachyderm Tales*** உடன்
இணைந்து தயாரிக்கப்படுகிறது

www.pachydermtales.com

வாழ்த்துரை

ஆழிசூழ் உலகில் அருந்தமிழ் அன்னைக்கு ஊழியம் செய்யும் தொண்டர்களுள் முதன்மையாய்த் திகழ்பவர், நேசமிகு திரு. இராம. வேல்முருகன் அவர்கள், தன்னுடைய ஆழ்ந்த புலமையாலும்,
அறிவாற்றலாலும் அரும் பெரும் படைப்புகளைப் படைத்துக் கொண்டிருப்பவர். இனிய கவிதைகளை நனிச்சுவையுடன் எழுதுவதில் வல்லவர். இரக்க சிந்தை மிகுந்தவரான இவர் தமிழ்நாட்டில் ஆர்வமுடன் கவிதைகளை எழுதப் பழகுபவர்களுக்கு ஊக்கம் தந்து சிறப்பாக அவர்களைத் தேற்றி உயர்கவிஞர்களாய் மாற்றியிருப்பமைக்குச் சான்றுகள் பல உள்ளன.

தமிழின் தொன்மையையும், மேன்மையையும் அறிந்தாய்ந்து புதிய ஆக்கங்களில் சிந்தை முழுவதையும் செலுத்தி, மரபுக் கவிதைகள், புதுக்கவிதைகள், ஹைக்கூக் கவிதைகள், என்று எல்லாவற்றிலும் எழுதும் ஆற்றலைப் பெற்றோங்கி இப்போது தன்முனைக் கவிதைகள் எழுதுவதிலும் சளைத்தவரல்ல என்பதை இப்புத்தகத்தின் மூலம் நன்கு நிரூபித்திருக்கிறார்.

இந்தத் தன்முனைக் கவிதைகளில்
குறளடிகளில் வருவது போல் வாழ்க்கைக்குத் தேவையான அத்தனை விசயங்களையும் அழகுறச் சொல்லியிருக்கிறார்.

நன்றெனக் கவிதை நலந்தரப் பாடு
ஒன்றெனத் தமிழர் இணைந்திடக் கூடு

என்று சொல்லி தமிழரின் ஒற்றுமையை வலியுறுத்துமிவர்,

தானெனும் அகந்தை தன்னையே
அழிக்கும்
நாமெனும் உணர்வையே நானிலம் மதிக்கும்

என்றும் பாடி அகந்தையின் அழிவுத் தன்மையைச் சொல்லியிருத்தல் மீச்சிறப்பாம்,

அன்பொன்றே உலகம் அறிவோம்
நாமே
அதுவொன்றே உலகை வெல்லும் நாளும், என அன்பின் அருமையைச் சொல்லிக்

காதலைப் பற்றிச் சொல்லும் போது
எதுவும் தெரியாது எதற்கும் பணியாது, பொதுவில் புலம்பாது போருக்கும் தயங்காதென வெகு அழகாகப் பாடியிருக்கிறார்

கல்வியைப் பற்றிப் பாடுகையில், உளரோ இலையோ ஆயினும் கல்வி
இலையேல் உலகில் இருந்தும் இலையே எனப்பாடி

முயலும் செயல்களில் வெற்றி வராவிடில் முயற்சியை மட்டும் விட்டு விடாதே என முயற்சியின் வலிமையை வலியுறுத்துகிறார்.

வாழ்க்கை சிலருக்கு செல்வத்தை அள்ளித்தரும். இருந்தாலும் மனதுக்குள் வறுமை என கஞ்சர்களையும் ஈயாதாரையும் சாடுமிவரின் கவிதைகளில் சமுதாயத்தில்

நாம் பின்பற்ற வேண்டிய அத்தனை அம்சங்களும் வெகு அழகிய எளிய நடையில் சொல்லப் பட்டிருக்கின்றன.

எவ்வழி செல்லினும் அவ்வழி நல்வழியாகவே இருக்கும் என்பதை
இவரது அத்தனை நடவடிக்கைகளும் காட்டும்,
பிறர்க்கின்னா நினைக்காதப் பெருந்தன்மை மிக்கார் உரத்துடனும்
உறத்துடனும் பல கவியரங்கங்களையும், தமிழ்சார்ந்த விழாக்களையும் ஆற்றலுடன் நடத்திக் காட்டியிருக்கிறார்.

வேலவனின் பெயர்கொண்ட வியத்தகுப் படைப்புகளுக்குச் சொந்தக்காரரான இவர் பிரஞ்ச்சு தேசத்தில் தமிழ்ப்பணியாற்றி வரும், பாட்டரசர். திரு. கி. பாரதிதாசன் அவர்களின் தலைமையின்கீழ் இயங்கிவரும் கம்பன் கழகம் மற்றும் பாவலர் பயிலரங்கம் இணைந்து வழங்கிய பாவலர்மணி என்கிற பட்டத்தையும், தமிழக அரசின் தமிழ்ச்செம்மல் விருதினையும் பெற்றவர்,
ஆலமரம் போல் தழைத்து அருமைத் தமிழை ஓங்கச் செய்து கொண்டிருக்குமிவர், ஆயகலைகள் கற்றோங்கிச் சிறக்கும்
தூயநல் பண்புகளுக்குச் சொந்தக் காரரானவர்.

இந்த நூற்றாண்டின் ஈடு இணையற்றத் தமிழ் அறிஞர்களுள் ஒருவராக நிச்சயம் போற்றப்படவிருக்கின்ற இந்நூலாசிரியர் திருமிகு, இராம. வேல்முருகன் அவர்கள் தமிழுலகில் தனிப்பெரும் சக்தியாக உருவெடுத்துக் கொண்டிருக்கிறார் என்றால் அது மிகையன்று.

இவரது அரும் பணிகளால், தமிழ்த்தாயின் அருளைப் பெற்று சென்றவிடங்களிலெல்லாம் சிறந்து, தமிழுக்கான அத்தனை உயர் விருதுகளையும் வென்றுயர்ந்து வாழ்வாங்கு வாழ நிறைமனத்தோடு வாழ்த்தி வணங்குகிறேன்.

பாவலர்மணி கோ. சிவப்பிரகாசம்,
கோர்க்காடு, புதுச்சேரி.

அணிந்துரை

தன்முனைக்கவிதையெனும் பொன் துகள்கள், தமிழ் கவிதையுலகிற்கு புதிய வரவாக வந்திருப்பது "தன்முனைக்கவிதை" வடிவம். நான்கு அடிகள், அடிகளுக்கு அதிகபட்சம் மூன்று வார்த்தைகள், முதலிரண்டு அடிகளின் கருத்தை ஒட்டியோ, வெட்டியோ அடுத்த இரண்டு அடிகள் என தனக்கென ஒரு வரைமுறையை வகுத்துக் கொண்டு (இந்த வரைமுறையை வடிவமைத்தவர்களில் நானும் ஒருவன் என்பதில் எனக்குப் பெருமையே) புதிய வகைமையான கவிதையாக தன்முனைக்கவிதை இன்று உருவெடுத்திருக்கிறது.

தன்முனைக் கவிதையின் மூலவடிவம் நானிலு எனப்படும் தெலுங்கு வடிவம். ஐதராபாத்தில் வசிக்கும் எழுத்தாளர் சகோதரி சாந்தாதத் அவர்களால், வதிலைபிரபா அவர்களின் 'மகாகவி' இதழில் நானிலு தமிழுக்கு அறிமுகமானது. இதனை கவிச்சுடர் கா.ந.கல்யாணசுந்தரம் அவர்கள் தமிழுக்கு உகந்தவாறு முதலில் எழுதி அறிமுகப் படுத்தி வைக்க, பலரும் எழுதத் தொடங்கி விட்டனர். இன்று முகநூலில் தன்முனைக்கவிதைக்கென ஒரு குழுமம் இயங்குகிறது. 12 தன்முனைக் கவிதைகள் நூல் வெளியாகி உள்ளது. இதில் ஐந்து தொகுப்பு நூல்கள்.

நானிலுவை வடிவமைத்தவர் தெலுங்குப் பல்கலைக்கழக முன்னாள் துணைவேந்தரும், சாகித்திய அகாடமி விருதாளருமான பேராசிரியர் முனைவர் கோபி அவர்கள். வெகு எளிதாக புரிந்து கொள்ளும் தன்மையில்

எழுதப்படும் இவ்வகைமை கவிதைகள் விரைவிலேயே உச்சம் தொட்டு விட்டது எனலாம்.

தன்முனைக்கவிதைகள் எளிமையாக இருந்தாலும் ஆழ்ந்த பொருட்செறிவு கொண்டதெனலாம். அதனை இந்த "பொற்துகளும் " உங்களுக்கு புலப்படுத்தும்.

நண்பர் இராம.வேல்முருகன் அவர்கள் மரபுக்கவிதைகள் எழுதுவதில் வல்லவர். அதனால் தானோ என்னவோ, தன்முனைக்கவிதைகளை அந்தாதிக் கவிதைகளாகவும் இங்கு புதிதாய் எழுத முயற்சித்து, அதில் வெற்றியும் கண்டிருக்கிறார். அவரது கவிதைகள் நம்மை பலவாறாக சிந்தனையைத் தூண்டுகின்றன.

கவிதை எனும் தலைப்பில்:

தாயே தரணியின்
தனிப்பெரும் தெய்வம்
வேறார் இங்கே
இவள் போல் உண்டு.
என்பதில் தாயை உயர்த்தி, தமிழின் தரத்தையும் உயர்த்தி விடுகிறார்.

காதலும், வெற்றியும் எனும் தலைப்பில்:

வெற்றியைத் தேடி
விரைந்திடும் கூட்டம்
தோல்வியைக் கண்டால்
விலகியா ஓடும்!

என சாட்டையைச் சுழற்றுகிறார், கூடவே;

தானெனும் அகந்தை
தன்னையே அழிக்கும்
நாமெனும் உணர்வையே
நானிலம் மதிக்கும்.

என்று பொதுநலத்திற்கு பொன்னாடையும் போர்த்துகிறார்.

கல்வி எனும் தலைப்பில்:

தொலைக்கும் அறிவு
தொல்லையை பெருக்கும்
வலைக்குள் மீனென
வருத்தம் சுமக்கும்.

கல்வியின் முக்கியம் குறித்து பேசும் இவர்,

எல்லாம் எனக்கே
தெரியும் என்பார்
எதுவும் தெரியா
அறிவிலி யாவார்! என்கிறார்.

மேலும்,
போகாத ஊருக்கு
பயணிக்க எண்ணுகிறோம்
போகப்போகும் ஊரை
ஏனோ வெறுத்து ஓடுகிறோம்.

என மறைமுகமாய் வாழ்வின் நிசர்சனத்தை பேசுகிறார்.

இல்லாத பொருள்தேடி
எப்போதும் அலையாதே

நில்லாத உழைப்பொன்றே
நிலையான வளர்ச்சி தரும்.

யுத்திகள் இல்லாமல்
வெற்றிகள் கிடைப்பதில்லை
வெற்றி கிடைத்தவுடன்
யுத்தியே பாடமாகும்.

என்று வாழ்வில் வெற்றிக்கான ரகசியத்தையும் சொல்லி நகர்கிறார்.

பிடித்த கவிதைகள்
பிடிக்காமல் போயின.
பொறாமையா ஆதங்கமா
காரணம் தெரியவில்லை!

இந்த கவிதையின் முதலிரண்டு அடிகளை வசிக்கும் போது, கவிஞனின் மனநிலையை சொல்வது போல் சொல்லி, கடைசி இரண்டு அடிகளில் வாசித்த கவிதை வேறொருவரின் கவிதை எனும் விதையை விதைத்து, அதன் நயம் பொறாமை கொள்ள வைப்பதாகவும், இது போன்ற படைப்பை படைக்க இயலாது ஆதங்கப் படுவது போலவும் காட்டி நிற்கிறது. இது அனைத்து கவிஞர்களுக்கும் இயற்கையாய் எழும் உணர்வே. இதை கடக்காதவர் எவருமில்லை. சிலரது படைப்புகள் நமது சிந்தையை இது போல தடுமாற்றமடையச் செய்யும்.

சூரிய ஒளியின்
வெளிச்சக் கீற்றுகள்
குடிசைக்குள் நுழைய
பேதம் பார்ப்பதில்லை.

பசியென்ற ஒன்று
இல்லாதிருக்க வேண்டும்
பசித்த வயிற்றுடன்
ஏங்குவோன் ஏக்கம்.

தீண்டாமையையும், ஏழ்மையையும் இது போன்று நாசூக்காய் வடித்திருக்கிறார்.

கண்களில் தெரிகின்ற
காட்சிகள் யாவும்
மண்ணில் நிகழ்கின்ற
மாயங்கள் தானே.

இறைவன் இல்லையென
வெளியிலும் புறத்திலும் பேசினாலும்
உள்ளுக்குள் பயம் தருகிறது
பெயர்ச்சி தரும் கடவுள்.

என ஆன்மிகமும் பேசுகிறது இவரது கவிதை.

ஆன்மிகம் பேசும் போது அரசியல் பேசாதா என்ன..? இதோ..

அழைக்கும் தலைவனுக்கு
வென்றபின் நினைவிருக்காது
தேர்தலில் ஓடியாடிய
கடைக்கோடி தொண்டனை.

என்றும்,

கட்சிகள் புதிது புதிதாய்த்
தோன்றி மறைகின்றன.

எல்லோர் மனதிலுள்ளும்
கோட்டைக்குச் செல்லும் சாலை.

எனச் சாடவும் தவறவில்லை.

இருக்கும் அறிவை
சரியாக பயன்படுத்து
ஒருவேளை நாளை
தீர்ந்தும் போகலாம்.

முயலும் செயல்களில்
வெற்றி வராவிடினும்
முயற்சியை மட்டும்
விட்டு விடாதே.

என அறிவுறுத்தவும் செய்கிறார். இன்னும் சொல்லிக் கொண்டே போக, நிறையக் கவிதைகள் இருப்பினும், நீங்களும் படித்து சுவைக்க வேண்டுமல்லவா! அதனால் இத்துடன் உங்களுக்கு வழிவிட்டு நான் விலகிக் கொள்கிறேன். வாசியுங்கள், விமர்சியுங்கள், உங்களது பாராட்டு எழுதியவரை உற்சாகப் படுத்தும். மேலும் எழுதவும் தூண்டும். எனவே நீங்கள் தூண்டுகோலாக மாற வாழ்த்தியும், இந்த பொற்துகள்கள் தன்முனைக் கவிதை வகைமையில் பொன்னென மின்னிடவும் வாழ்த்தி வரவேற்கிறேன்.

அனேக பிரியங்களுடன்,

அனுராஜ், செயலர்,
உலகத்தமிழ் ஹைக்கூ கவிஞர்கள் மன்றம்,
சென்னை.

என்னுரை

தமிழ் மற்ற எல்லா மொழிகளைவிடவும் இலக்கிய இலக்கண வளம் வாய்ந்த மொழி. இம்மொழியில் உள்ளது போல யாப்பு வகைகள் வேறெந்த மொழியிலும் இருப்பதுபோல் தெரியவில்லை. பா வகைகளில் எண்ணற்ற பிரிவுகள் இருந்தபோதிலும் ஏனோ கவிஞர் பெருமக்கள் அதில் பயணிக்கத் தயங்குகின்றனர். எளிதில் வசப்படும் கவிதைகளை யாப்பதற்கும் அதற்கு அன்னிய மொழிகளின் யாப்பு வகைகளைப் பயன்படுத்திக் கொள்வதும் இந் நூற்றாண்டில் கைவரப்பெற்றுள்ளது. புதுக்கவிதையின் தந்தை எனப்படும் வால்ட் விட்மேன் அவர்களின் வழியில் கட்டற்ற வகையில் கவிதையாப்பதும் ஜப்பானிய ஹைக்கூ வகைமைக் கவிதைகளைத் தமிழில் கொண்டுவந்து நமக்கேற்றவாறு அதன் விதிகளையும் மாற்றிக் கவிதைகளை யாப்பதும் பெருகிவருவது கவிஞன் எதற்கும் கட்டுப்படாதவன் என்பதைப் பறைசாற்றுவதாகவே உள்ளது. அதைப் போலவேதான் தெலுங்கு நானிலு என்ற கவிதை வடிவத்தை தமிழில் தன்முனைக கவிதைகள் எனப் பெயரிட்டு எழுதி வருவதும். தமிழில் சிந்தடி வஞ்சித்துறை என்ற பா வகை உள்ளது. தன்முனையைக் கொஞ்சம் சரிசெய்தால் சிந்தடி வஞ்சித்துறையாக மாறிவிடும்.

புதிய பா வகைகள் தமிழுக்கு வருவது வரவேற்கத் தக்கனவே. நான் பெரும்பாலும் மரபுக்கவிதைகளையே எழுதிவருபவன் என்றாலும் எனக்கு மரபுக் கவிஞன் என்ற ஒரு முத்திரை மட்டும் விழுந்துவிடக் கூடாது என்பதற்காக அவ்வப்போது புதுக்கவிதைகளையும்

ஹைக்கூக்களையும் எழுதி வருவதுண்டு. அவ்வாறு எழுதப்பட்ட முயற்சியே இந்தத் தன் முனைக் கவிதைகளின் தொகுப்பு.

ஒரு வித்தியாசமான முயற்சியாக இருக்கட்டும் என்பதற்காக இந்த நூலில் உள்ள கவிதைகள் அந்தாதி வடிவில் பத்து பத்துக் கவிதைகளாக எழுதியுள்ளேன். 30 தலைப்புகளில் 300 கவிதைகள் அடங்கிய தன்முனைக் கவிதைகளின் தொகுப்பான பொன்துகள்கள் என்ற இக்கவிதைநூல் அந்தாதியில் வெளியாகும் முதல் தன்முனைக்கவிதைத் தொகுப்பாக இருக்கும் எனக் கருதுகிறேன்.

இந்நூலுக்கு அணிந்துரை வழங்கிய நண்பர் அனுராஜ் அவர்களுக்கும் வாழ்த்துரை வழங்கிய நண்பர் அவர்களுக்கும் இதனை வெளியிடும் பதிப்பகத்திற்கும் எனது இதயங்கனிந்த நன்றியைத் தெரிவித்துக் கொள்கிறேன்

இராம வேல்முருகன்

வலங்கைமான்

உள்ளடக்கம்

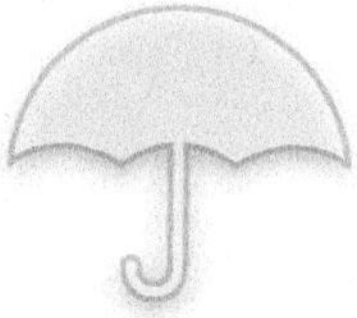

மழை

1

மறுத்தவர் பூமியில்
கொட்டித் தீர்க்குது
மறுக்காமல் அணைகள்
திறந்து வெளியேறுது

2

வெளியேறும் தண்ணீரில்
வயிறு நிறைகிறது
விவசாயி மனசெல்லாம்
மகிழ்ச்சி வழிகிறது

3

வழியும் மழைநீரில்
நிறையும் ஏரிகுளம்
பொழியும் மேகங்கள்
இறைவனாய் மாற்றம்

4

மாறும் வயல்வெளிகள்
பச்சைப் பெருவெளியாய்
தீரும் பஞ்சமெலாம்
தெருவெலாம் தானியங்கள்

5

தானிய உற்பத்தி
தன்னிறைவு அடையட்டும்
மானிய விநியோகம்
மனநிறைவு வழங்கட்டும்

6

வழங்கும் மழைநீரால்
வானம் வசமாகும்
நலங்கள் கால்முளைத்து
நாட்டில் நடக்கட்டும்

7

நடக்கும் செயல்களிலே
நன்மை விளைந்தால்தான்
கடக்கும் துன்பமெலாம்
கதிர்முன் பனிபோலே.

8

பனித்துளிகள் படுத்தெழுந்து
பிரிந்தாலும் அழுவதில்லை
பச்சைப் புல்வெளிகள்
பறித்தாலும் மறைவதில்லை

9

மறையும் சூரியனே
மறுநாள் உதித்தெழுவான்
உறையும் பனிநீரே
ஒருநாள் மழையாகும்

10

மழையே பொழிந்தெங்கும்
மகிழ்வைப் பெருக்கிடுமே
பிழைகள் செய்வதற்குப்
பெரும்புவியும் மறுத்திடுமே.

கவிதை

11

எழுதும் கவிதை
எதுவெனத் தெரியாது
அழுது புலம்புவர்
அறிவிற் சிறந்தோர்

12

சிறந்து விளங்க
செப்பிடும் சொற்கள்
மறந்தும் கூட
மயங்குவது இல்லை

13

இல்லை என்போர்
இருத்தல் நன்றோ?
இருப்போர் மனத்தில்
இரக்கம் நன்றே!

14

நன்றெனக் கவிதை
நலந்தரப் பாடு
ஒன்றெனத் தமிழர்
இணைந்திடக் கூடு

15

கூட்டில் இருக்கும்
குருவிக் குஞ்சுகள்
வாட்டம் போக்கிட
வருபவள் தாயே!

16

தாயே தரணியின்
தனிப்பெரும் தெய்வம்
வேறார் இங்கே
இவள்போல் உண்டு

17

உண்டு களிப்பார்
உதவிகள் செய்யார்
மண்டென வாழ்ந்தே
மாள்வர் நாளும்

18

நாளும் கோளும்
நமக்கிலை என்பார்
ஆளும் நாளில்
ஆண்டவனைத் தொழுவார்!

19

தொழுதுப் பணிந்தே
துணைவரும் தோழனே
அழுதுப் புலம்பும்
அரும்பணி செய்வார்!

20

செய்யா தொழியும்
செயலதும் அழியுமாம் - இது
பொய்யா மொழியார்
பொறித்த நல்லெழுத்தே!

நினைவுகள்

21

நினைவுகளுடனே நிதமும் பயணம்
பணம் கொடுத்துக்
கிழித்து வாங்கியும்
மதிப்புமிகு பயணச்சீட்டாக...

22

பயணச்சீட்டை மட்டும்
நீ வீசிவிட வில்லை
அதைத் தொட்டு வாங்கிய
எனது விரல்களின் வாசத்தையும்

23

வாசம் வீசும் ரோசா
மலரும் போதெல்லாம்
மறக்காமல் வருகிறது
மங்கையுன் ஞாபகமும்

24

ஞாபகம் செய்து பார்க்கிறேன்
நினைவுக்கு வர மறுக்கிறது
எப்போது எப்போது என்
மனத்தில் புகுந்தாய் நீ

25

நீ மட்டும்தான்
இன்னமும் போக மறுக்கிறாய்
ஏனோ உன்னை நினைத்தேன்
நினைத்தும் ஏன் தொலைத்தேன்

26

தொலையாத உன் நினைவுகள்
என் தூக்கத்தையும் விடுவதில்லை
அலைபோல மீண்டும் வந்து
அலைக்கழிக்கச் செய்கின்றன

27

செய்யும் செயல்கள்
ஒவ்வொன்றிலும் நீயே
உய்வது கண்டு நான்
உருகிப் போகின்றேன்

28

போகும் போது நான்
கொண்டுபோவதெதுவுமில்லை
வேகும்வரை இருக்கும்
உன்நினைவுகளைத் தவிர

29

தவிதவிக்க வைத்தென்னைப்
பிரிந்து போனாய் - நானோ
பரிதவித்துப் போனேனே
பாவியென ஆனேனே!

30

ஆனமட்டும் முயன்று பார்க்கிறேன்
ஆயுளையும் கூட்டிப் பார்க்கிறேன்
போனதெல்லாம் கழித்துப் பார்த்தும்
போகவில்லை உன் நினைவு

பல்சுவை

31

செயலும் பேச்சும்
வெவ்வே றானது
அயல்மொழி வீச்சு
அருங்கவி ஆனது

32

தண்ணீர் ஓடாத
ஆற்றுக்குள் இறங்கித் தேடுகிறேன்
பளபளத்து ஒளிரும்
கூழாங்கற்களை ...

33

நாய்க்கென்று வாங்கிவரும்
கோழிக்கால்களை
அவ்வப்போது ருசிக்கிறேன்
யாருக்கும் தெரியாமல்...

34

பாசிபடர்ந்த படிக்கட்டு
வழுக்குமென்று
பயந்தே கால்வைக்கிறேன்
தண்ணீரில்லாத போதும்

35

மொட்டுகளாகப் பறித்துக்
கட்டி வைத்த போதும்
மலர மறுப்பதில்லை
மல்லிகைப் பூக்கள்

36

பிறக்கும் கவிதையும்
குழந்தையைப் போல
மறக்க இயலா
அற்புதப் படைப்பு

37

படைக்கும் கவிதையைப்
பார்த்துச் செதுக்கு;
தடைகள் உடைக்கும்
தடமென ஆக்கு

38

வழிகாட்டிச் செல்வோம்
வருங்காலத் தலைமுறைக்கு
பழிநீங்க வேண்டின்
பாதுகாப்போம் தண்ணீரை

39

நீர்விரையம் தடுத்திடுவோம்
நீங்காப் புகழ்பெறுவோம்
பார்விரும்பும் குடிநீரைப்
பாதுகாக்க உழைத்திடுவோம்

40

விரும்பிச் செயலாற்று
வீண்வம்பை தொலைத்துவிடு
கரும்பாய் நீயிருந்தால்
காசினி எறும்பாகும்!

காதலும் வெற்றியும்

41

கண்களை வைத்தே
கடும்போர் ஒன்று.
வென்ற போதிலும்
தோல்வியே வெற்றி

42

வெற்றியைத் தேடி
விரைந்திடும் கூட்டம்
தோல்வியைக் கண்டால்
விலகியா ஓடும்?

43

ஓடும் குதிரையே
பந்தயத்தில் ஜெயிக்கும்
சும்மா இருப்பதோ
சுவற்றோரம் மரிக்கும்!

44

மரிக்கும் உடலையா
மதிப்பர் யாவரும்?
உயிர்போன பின்னர்
உடலைத் தொடுவரோ?

45

தொட்டு உணர்வதும்
தொடர்ந்து தொடுவதும்
பட்டு மேனியில்
பளபளப்பு வரையில்தான்

46

தானெனும் அகந்தை
தன்னையே அழிக்கும்
நாமெனும் உணர்வையே
நானிலம் மதிக்கும்

47

மதிக்கும் மனிதனை
மதித்துநீ போற்றிடு
விதிக்கும் மாற்றுள
வெற்றியை ஈட்டிடு

48

ஈட்டும் பொருள்தனில்
ஈகையைச் சேர்த்திடு
வாட்டும் வறுமையை
விரட்டிட உதவிடு

49

உதவும் உள்ளமே
உயர்வைப் பெற்றிடும்
இதம்நிறை பேச்சே
என்றும் வெல்லுமே

50

வெல்லும் வழிகளில்
வேதனை ஓடும்
சொல்லும் கவிகளில்
சொக்கிடும் கண்கள்

அன்பும் தொண்டும்

51

அன்பொன்றே உலகம்
அறிவோம் நாமே
அதுவொன்றே உலகை
வெல்லும் நாளும்

52

நாளும் வணங்குவோம்
நற்றமிழ் போற்றுவோம்
ஆளும் மொழியாக்கி
அழகு பார்த்திடுவோம்

53

பார்க்கும் இயற்கையினைப்
பாதுகாக்க முயல்வோம்
ஆர்க்கும் நற்செயலால்
அருந்தொண்டு ஆற்றுவோம்

54

ஆற்றும் தமிழ்த்தொண்டு
அடையாளம் ஆக்குமே!
போற்றும் வழிகளிலே
பெருமையும் சேருமே!

55

சேரும் இடமொன்றே
செல்லும் நதிகளுக்கு.
ஆரும் மறுப்பாரோ
அவனியில் இக்கருத்தை!

56

கருத்தில் ஏற்றுக்
கற்பனைக் குதிரையை
வருத்தம் தொலைந்து
வண்ணம் பிறக்கட்டும்

57

பிறக்கும் குழந்தை
பெற்றோரை அறியுமா?
இறக்கும் மனிதரோ
என்றென அறிவரோ?

58

அறியும் அறிவும்
அறியாமை ஆகும்
அறியாத அறிவே
அகிலம் ஆளும்

59

ஆளும் வழிகளை
அடையாளம் கண்டு
அடக்கி வெல்வோரும்
அழிவரே ஓர்நாளில்

60

ஓர்நாள் உலகம்

உண்மையை உணரும்

கார்மழை யாக

கவர்ந்திடும் அன்பே!

சுரண்டும் பழக்கம்

61

சுரண்டினர் மணலை
சுகம்பல காண;
இரண்டெனக் கலந்தே
இலஞ்சப் பணத்தினில்;

62

பணத்தின் வழியில்
பாவிகள் உண்டு
பாய்மரக் கப்பலாய்ப்
பயணமும் உண்டு

63

உண்டெனச் சொல்வரும்
இலையென் றாவார்
உலக நியதியை
மறந்தே போவார்

64

போவார் வருவார்
புலம்பிடச் செய்வார்
ஆவார் ஒருவரே
அமைதியாய்க் கடப்பார்

65

கடக்கும் தூரம்
கணப்பொழு தெனினும்
நடக்கும் உறுதியை
நல்குவர் யாரோ?

66

யாரோ என்று
அமைதியைத் தொலைப்போம்
யாரெனத் தெரிந்ததும்
அடடே வியப்போம்

67

வியக்கும் செயல்களை
விரும்பிச் செய்வோம்
வீணாய்ப் புலம்புவதை
வெறுத்துத் தள்ளுவோம்

68

தள்ளி நின்று
ரசிப்போம் அழகை
நெருங்கிப் போனால்
கெடுமே பழக்கம்

69

பழகிய பேருந்தின் சன்னலோரம்
பயணிக்கும் போதெல்லாம்
எனைவந்து மோதத் தவறுவதில்லை
உன்னோடு பழகிய பழக்கங்களும்

70

பழகும் பழக்கம்
அன்பைப் பொழியும்
அறிவிலார் பழக்கம்
அனைத்தையும் சுரண்டும்

காதல்

71

உண்ண மறுக்கும்
உருவைச் சிதைக்கும்
எண்ணம் அனைத்தும்
இயல்பின்றி இருக்கும்

72

இருக்கும் வரைக்கும்
எதுவும் உணராது
வெறுக்கும் உலகே
விழல்நீர் ஆனாலே!

73

ஆனாலும் இதுபோல்
ஆயுள் முழுக்க
அன்பால் வதைப்பது
அகிலத்தில் எதுவோ?

74

எதுவும் தெரியாது
எதற்கும் பணியாது
பொதுவில் புலம்பாது
போருக்கும் தயங்காது

75

தயங்கித் தயங்கி
மயங்கிக் கிடக்கும்
முயலும் செயல்களில்
மூழ்கித் திளைக்கும்

76

திளைக்கும் கனவில்
தினமும் மகிழும்
களைப்பே அறியாதது
காதல் தானே!

77

தானே பிறக்கும்
தானே பிதற்றும்
தானே சிரிக்கும்
தானே சிறக்கும்

78

சிறக்கும் உலகில்
சிந்தனையை மேம்படுத்தும்
இறக்கும் வரைக்கும்
அரிக்கும் மனத்தை

79

மனத்தை வளைத்து
மதியை ஒருங்கிணைத்து
சினத்தைக் கட்டுப்படுத்தி
சிறப்பது காதலே

80

காதல் ஒன்றே
காசினி வெல்லும்
சாதல் கண்டும்
சாதனை உண்ணும்

கல்வி

81

கற்கும் பொழுது
கற்பாய்த் தெளிவுடன்
அற்பப் பதராய்
ஆகுதல் அழகோ?

82

அழகைக் கண்டு
அறிவை இழக்க
நிழலாம் கல்வி
நெருப்பெனத் தடுக்கும்

83

தடுக்கும் தடையை
நீக்கிடும் கல்வி
கொடுக்கும் கொடையை
வழங்குமே கல்வி.

84

கல்விக் கடலினைக்
கடந்தவர் யாருளர்?
வெல்லப் படிப்பினைத்
தடுப்பவர் எவருளர்?

85

உளரோ இலரோ
ஆயினும் கல்வி
இலையேல் உலகில்
இருந்தும் இலையே!

86

இலையில் உணவாய்
இருந்தும் உணரார்
கலையைக் கல்லாது
கடமைத் தொலைப்பார்

87

தொலைக்கும் அறிவு
தொல்லையைப் பெருக்கும்
வலைக்குள் மீனென
வருத்தம் சுமக்கும்

88

சுமக்கும் நூல்கள்
சுந்தர மாக்கும்
சுமைகள் குறைத்து
சுகங்கள் பெருக்கும்

89

பெருகும் இன்பம்
பெற்ற கல்வியால்
கருகும் துன்பம்
கல்விக் கதிரால்...

90

கதிரவன் போல
காசினி வெல்ல
புதிர்களும் உடைய
புறப்படு கற்க.

வளர்ச்சியும் அகந்தையும்

91

வளர்ந்த பிறகு
மறந்து விடுகின்றன
குடும்பம் மட்டுமல்ல
குழுமங்களும் தான்!

92

தானெனும் அகந்தை
தன்னையும் அழிக்கும்
தனைச் சார்ந்தோரையும்
தடமின்றி அழிக்கும்!

93

அழிவின் உச்சத்தில்தான்
ஆட்டம் நடக்கும்
தொழிலில் நேர்மையே
துணைவரின் சிறக்கும்!

94

சிறந்து விளங்குவோர்
சீர்பெற்று வாழ்வோர்
இறந்தும் சிறப்பாராம்
தன்னலம் அற்றவரே!

95

அற்ற குளத்தருகே
ஆரிருப்பார் உலகினிலே
பெற்று வளர்த்தவர்க்கும்
பெருமை வளத்தால்தான்

96

வளமான வாழ்க்கைக்கு
நிலையான உழைப்பு வேண்டும்
அளவான வளர்ச்சியே
அனைவரையும் கவர்ந்திழுக்கும்

97

இழுக்கும் ஆற்றுநீர்போல்
பழக்கம் வந்தாலும் நல்
ஒழுக்கம் ஒன்றுதான்
உலகில் உனை உயர்த்தும்

98

உயர்வும் தாழ்வும்
உன்னறிவே தந்துவிடும்
மயக்கம் கொள்ளாது
மாப்புகழும் வந்துவிடும்

99

விட்டுவிடு தீயவழிப்
பழக்கங்கள் யாவையுமே
பட்டுத் தெளிந்தாலும்
பழியென்றும் போவதில்லை

100
இல்லாத பொருள்தேடி
எப்போதும் அலையாதே
நில்லாத உழைப்பொன்றே
நிலையான வளர்ச்சி தரும்

சிந்தனை

101

சிந்தனை ஊற்றைச்
சீராக்கி வாழ்வாயே!
நிந்தனை ஏதுமிலை
நிம்மதி உனைச்சேரும்!

102

சேரும் செல்வங்கள்
செலவழிக்கத் தானே
பேரும் புகழும்
பெருமையும் அதுதருமே!

103

தருநிழலாய் நீயிருந்தால்
தாரணியும் உனைவாழ்த்தும்
வருந்துயரோ ஓடிவிடும்
வான்மழையாய் இன்பம்வரும்

104
வருகின்ற காலத்தை
வளமாக்கும் எண்ணங்கள்
தருகின்ற உள்ளத்தைத்
தரமாக்க உழைப்பாயே

105
உழைப்பே உயர்த்தும்
உள்ளுணர்வே சீர்ப்படுத்தும்
தழைக்கும் பூவுலகம்
தன்னலமிலாத் தொண்டால்.

106
தொண்டில் சிறப்பாய்
தூயவுளம் படைப்பாய்
நண்டாய்த் துளைக்காதே
நானிலம் விரும்பாதே!

107
விரும்பிச் செயலாற்று
வீண்வம்பை தொலைத்துவிடு
கரும்பாய் நீயிருந்தால்
காசினி எறும்பாகும்!

108
பாகுபாடு இல்லாமல்
பழகத் தெரிந்துகொள்!
ஆகும்செயல் யாவும்
அற்புதமாகி விடும்!

109
விடவேண்டிய பழக்கத்தை
விட்டிடுதல் நன்றாம்
விடாதுநீ போனாலோ
வேதனையே விளையும்!

110

விளையும் நற்பயிர்கள்
விளையுமே நன்னிலத்தில்
களைவாய் தீயவெண்ணம்
களைநீக்கும் சிந்தனையால்!

போலிமுகங்கள்

111
எல்லாம் எனக்கே
தெரியும் என்பார்
எதுவும் தெரியா
அறிவிலி யாவார்!

112
ஆவது அனைத்தும்
அறிந்தவர் ஆருளர்
அனைத்தும் இறைவன்
அரும்ஆற்றல் அன்றோ?

113
அன்றும் இன்றும்
என்றும் உலகில்
ஒன்றே வெல்லும்
உண்மை உள்ளம்

114
உள்ளந் தன்னில்
சூதைக் கொண்டு
கள்ளம் பேசுவோர்
கடைத்தேறு வாரோ?

115
வாரி அணைத்து
உச்சி முகர்வார்
சற்றே நகர்ந்தால்
புறம்பேசி மகிழ்வார்

116
மகிழ்ச்சி யாவும்
மனத்தில் வேண்டும்
முகத்தின் சிரிப்பு
முழுமை யாகா!

117
ஆகா தாகின்
அருமையும் தவறே
போகா இடத்தில்
பெருமையும் ஏது?

118
ஏதடா இங்கே
உண்மை முகங்கள்
எல்லாம் இறையின்
போலி முகங்கள்

119
முகத்தில் தெரியும்
சிரிப்பைக் கண்டு
அகமும் அதுவே
என்றுநம் பாதே!

120

நம்பிக் கெட்டோர்
யாவரும் இல்லை
இறைவனை நம்பு
நன்மையாம் எல்லாம்!

ஏக்கம்

121

ஏக்கப் பார்வை
என்று தொலையுமோ?
ஆக்கும் செயல்களில்
விடியல் பிறக்குமோ?

122

பாதிதிறந்த கதவின்வழியே
எட்டிப்பார்த்து நிற்கிறது
எதிர்கால உலகின்
ஏக்கப் பெருமூச்சு

123

வானில் வேடிக்கையோ
வான வேடிக்கையோ
பார்த்து ஏங்குவதே
எங்கள் வாடிக்கையோ?

124
சம்பாதிக்கப் போன
தாயும் தந்தையும்
இன்னும் வரவில்லை
ஏங்கும் மகன்

125
பசியென்ற ஒன்று
இல்லாதிருக்க வேண்டும்
பசித்த வயிற்றுடன்
ஏங்குவோன் ஏக்கம்

126
எண்ணையிலாத் தலை
இரக்கமிலா உலகம்
பண்ணைவீட்டுப் பழையசோறு
பணியாற்ற வந்திடுமா?

127

எப்படியும் ஒருநாள்
நானும் உயர்வேன்
வாழ்க்கைச் சக்கரத்தைச்
சுழலவைத்து வெல்வேன்!

128

நிற்காது நகரும்
மேகங்களின் ஊர்வலம்
நின்றென்னை ஒருநாள்
வாழ்த்திச் செல்லும்

129

ஒருவேளை உணவுக்கே
ஏங்கவிடும் இறைவா
படைக்காமல் விட்டிருந்தால்
பாவிஉன்னை வாழ்த்திடுவேன்

130

இன்றைய வாழ்வே
மற்றவர் கைகளில்
நாளைய வாழ்வு
யார் யார் கைகளிலோ?

தண்ணீர்

131

தண்ணீர் ஒன்றே
தாகம் தீர்க்கும்
கண்ணீர் வருமுன்
காப்போம் நீரை

132

நீரா தாரம்
காத்திட் டால்தான்
பாரா தாரம்
நிலைக்கும் காணீர்!

133

காணும் குளத்தில்
நீரைச் சேமிப்போம்
வேணும் நமது
சந்ததி வாழ்க்கை

134

வாழ்க்கைச் செழிக்க
வார்ப்போம் நீரை
தாழ்வை அகற்றத்
தாங்குவோம் நீரை

135

நீரொன் றேதான்
நிம்மதி நல்கும்
ஊரொன் றாகி
சேமித்திடுவோம்

136

சேமிக்கும் நீரே
சேமிக்கும் உயிரை
பூமிக்கும் அடியில்
சேமிப்போம் நீரை

137

நீரை வணங்கு
நீரைப் போற்று
நீரைச் சேமிப்போம்
நிலைப்போம் உலகில்

138

உலகம் நிலைபெற
உயிரது தண்ணீரே
கலகம் குறைத்திட
காப்போம் நன்னீரே

139

நன்னீர் குளத்தை
வணங்கிப் பேணுவோம்
தண்ணீர்ப் பாதையில்
தடைகளை நீக்குவோம்

140

நீக்கித் துறப்போம்
நெகிழிப் பைகளை
ஆக்கிச் சிறப்போம்
இயற்கை வழிகளை

141

வழிகள் தோறும்
வழியும் நீரை
வழியாது சேமிப்போம்
அழியாது சேமிப்போம்

142

சேமிக்கும் தண்ணீர்
சேமிக்கும் நம்முயிரை
பூமிக்கும் நன்மைதரும்
புன்னகையே தண்ணீர்தான்

143

தண்ணீரை மூச்சாக்கி
இன்னுயிரைக் காத்திடுவோம்
ஒரு சொட்டு நீர்கூட
சிந்தாமல் வாழ்ந்திடுவோம்

144

வாழ்க்கை நன்றாய்
வாழ்ந்திட நமக்கு
தண்ணீர் ஒன்றே
காலக் கணக்கு

145

கணக்கிட்டு செலவழித்தால்
காசுசேரும் நீரையும் நாம்
கணக்கிட்டு செலவழிப்போம்
ஆயுள் கூடும்

146

கூடும் ஆரோக்கியம்
கூடும் நல்வாழ்வு
கூடும் நட்புறவு
தண்ணீரால் ஏற்றிடுக.

147

ஏற்போம் நீர்க்கொள்கை
இழக்காது நீர்க்காப்போம்
நோற்போம் ஒருநோன்பு
நுழைநீரை சேமிப்போம்

148

சேமிப்போம் மழைநீரை
செலவழிக்க யோசிப்போம்
விரயத்தைத் தடுத்திடுவோம்
விழும்நீரைப் பிடித்திடுவோம்

149

பிடித்து முகம்கழுவி
பிடித்து உடல்குளிப்போம்
குடிக்கும் தண்ணீரை
சிந்தாது குடித்திடுவோம்

150

குடிப்போம் நன்னீரைக்
காய்ச்சி வடித்து;
படிப்போம் நீர்சேமிப்பை
பயன்விளைத்து வாழ்வோம்

151

வாழ்வோம் புவிமேலே
வழிகின்ற நீர்க்காப்போம்
தாழ்வே நமக்கேது
தண்ணீரை சேமித்தால்.

152

தாலாட்டும் போதினிலும்
தண்ணீர்மேல் கண்வைப்போம்
வாலாட்டும் தோழர்களை
வழிகொடுத்து திருத்திடுவோம்

153

திருத்தி நிலம் சமைப்போம்
திருநாட்டில் கதிர்விளைப்போம்
வருத்தும் துயர்துடைப்போம்
வாழையென நீர்க்காப்போம்

154

காப்போம் நீர்நிலைகள்
காப்போம் கழனிகுளம்
காப்போம் கரைகளையே
காப்போம் வரும் நீரை

155

நீரைக் கடவுளாக்கி
வணங்கிட்டால் போதாது
நீரைப் புனிதமாக்கிச்
சேமித்தல் நலன்நல்கும்

156

நலன்கள் பெருகிவழிய
வழியும் நீரைத் தடுப்போம்
பலன்கள் கைமேல்கிட்டும்
பாலைவனமும் துளிர்க்கும்

157

துளிர்க்கும் செடிகொடிகள்
துளிர்க்கும் புல்வெளிகள்
தழைக்கும் மரங்களெலாம்
தண்ணீரால் மறவாதீர்

158

மறந்தொழுக வேண்டாம்
மழைநீரை சேமிக்க
பிறந்ததன் பயனென்றே
நிலத்தடிநீர் சேமிப்போம்

159

சேமிக்கும் காசுபணம்
செல்வந்தன் ஆக்கிவிடும்
சேமிக்கும் தண்ணீர்தான்
நிலைத்துவாழ வழிகாட்டும்

160

வழிகாட்டிச் செல்வோம்
வருங்காலத் தலைமுறைக்குப்
பழிநீங்க வேண்டின்
பாதுகாப்போம் தண்ணீரை

புத்தகம்

161

புத்தகம் படித்து
நிமிர்ந்து பார்த்தேன்
புதிய உலகம்
கண்ணுக்குத் தெரிந்தது

162

தெரிந்த நண்பர்களைத்
தேடிப் பார்த்தேன்
வறியவன் ஆனதை
உணர்த்திச் சென்றனர்

163

சென்ற காலம்
திரும்பி வராது
இருக்கும் காலத்தை
இறுக்கிப் பிடிப்போம்

164

பிடித்த கவிதைகள்
பிடிக்காமல் போயின
பொறாமையா ஆதங்கமா
காரணம் தெரியவில்லை

165

இல்லாத காரணத்தைத்
தேடிப் பார்க்கிறேன்
தேர்வு செய்யப்படாத
கவிதைக்குச் சொல்ல...

166

சொல்லச் சொல்ல
இனிக்கத்தான் செய்கிறது
சர்க்கரைவியாதிக் காரனுக்கு
அல்வாவும் மிட்டாயும்

167

மிட்டாய் வாங்கிக் கொடுத்த
பால்ய நண்பன் வருகிறான்
கடன் கேட்பான் எனக்
காணாமல் போகின்றேன்

168

போகும் இடமெல்லாம்
அவளின் ஞாபகங்கள்
விதைக்கும்போது சொல்லியிருப்பின்
போகாமல் இருந்திருப்பேன்

169

இருப்பேன் என்ற
நம்பிக்கையில் வீட்டில் உலவுகிறேன்
கொரானா கழிந்த பிறகு
தொடருமா பயணங்கள்

170

பயணங்கள் நிறுத்திவைத்துப்
படித்துக் கொண்டிருக்கிறேன்
புதிது புதிதாக
தினமொரு புத்தகம்.

தனிமை

171

தனிமையும் கூட
கற்றுத் தருகிறது
உயிர்மேல் உலகம்
கொண்ட காதலை.

172

காதல் மட்டுமே
வாழ்க்கை அல்ல.
உணரும் போது
கைகளில் காலம் இல்லை

173

இல்லாத கடவுளைத்
தேடி அலைகின்றனர் வெளியே.
ஒவ்வொருவர் உள்ளும்
அவருள்ளார் என்பதை மறந்து

174

மறதி மனிதனுக்கு

கடவுள் அளித்த வரம்

இல்லையென்றால் தினமும்

செத்துக் கொண்டிருப்பான்.

175

இருக்கும் நண்பர்களை

இளமையில் இழந்து விடாதீர்கள்

இறுதி காலங்களில்

பொழுது போகாது.

176

போகாத ஊருக்குப்

பயணிக்க எண்ணுகிறோம்

போகப் போகும் ஊரை

ஏனோ வெறுத்து ஓடுகிறோம்

177

ஓடும் ஆற்று நீரில்
கலந்து ஓடுகின்றன பாவங்கள்
காத்துக் கிடக்கின்றன
நமக்கான தண்டனைகளும்

178

தண்டனைகள் மட்டும்
திருத்தி விடுவதில்லை
காலமும் மருந்தானால்தான்
காயங்கள் குணமாகும்

179

குணமான பின்னும்
மறந்தான் இல்லை
பித்துப் பிடிக்கச் செய்த
அவளின் நினைவுகளை.

180

நினைவுகளின் உள்ளேயே

தொலைந்து போகிறேன்

நிறைய கற்றுத் தருகிறது

கொரானா தரும் தனிமை

பாடம்

181

கற்ற கல்வியோ
கற்றுக் கொடுக்கவே இல்லை.
பெற்று வளர்த்தவரைப்
பேணிக் காப்பதை.

182

காக்கும் காவல் கரங்களில்
கடினம் கலக்காவிடில்,
போக்கே மாறிவிடும்;
பொதுமக்கள் பயம் போகும்.

183

போகும் வழிப்பயணம்
என்றோ நின்று போனது.
வீட்டில் மனதுக்குள்ளே
நாளும் சுற்றுப்பயணம்.

184

பயண வழிகளிலெல்லாம்

இரும்புத் தடைகள்;

பக்குவமாய் நோய்விரட்ட

மனித யுத்திகள்.

185

யுத்திகள் இல்லாமல்

வெற்றிகள் கிடைப்பதில்லை.

வெற்றி கிடைத்தவுடன்

யுத்திகளே பாடமாகும்.

186

பாடம் பயிலும்போது

செவிகளில் திரையிசைகள்.

வாழ்க்கையில் வெற்றிபெற்றால்தான்

இரவில் ஓய்வில் திரையிசைகள்.

187

இசையின் வழியில்

வலிகள் தெரிவதில்லை.
குணமாக்கும் மருந்துகள்
செவிவழியே செல்வதுண்டு.

188

செல்லும் பாதைகள்
புதியதாய் இருந்தாலும்
வெல்லும் பாதையானால்
பழகும் வரலாறாகும்

189

வரலாற்றின் பக்கங்கள்
காலியாக நிறைய உண்டு
எழுதும் வல்லமை
உன்னிடத்தில் தானுண்டு.

190

உண்டு களிப்போரின்

உணவில் உழைப்பிருந்தால்

கண்டு களிப்போரின்

காலங்கள் நாம் கற்பதற்கே!

வேட்கை

191

உயர்ந்து எழும்புகின்றன
பிஞ்சுகளின் கைகள்;
நம்பிக்கை வானில்
மறையாத சூரியன்

192

சூரிய ஒளியின்
வெளிச்சக் கீற்றுகள்;
குடிசைக்குள் நுழைய
பேதம் பார்ப்பதில்லை.

193

இல்லை என்பதை
இல்லாத தாக்குவோம்;
இருக்கும் வரைக்கும்
கொடுத்து உதவுவோம்

194

உதவும் கரங்கள்
ஒளிந்து கொள்வதில்லை;
விரித்தே எழுமவை
விரிசலை மறைக்குமே!

195

மறைக்கும் ஒளியோ
நிழலாய் முளைக்கும்;
நிழலென்றும் இருளல்ல
ஒளியின் தொடக்கமே!

196

தொடக்கம் எப்போதும்
சிறியதாகவே இருக்கும்
வளர்ந்த பிறகோ
இமயமாய் ஒளிரும்

197

ஒளிரும் வானத்தில்
விண்மீன்களும் உண்டு
நிலவின் வெளிச்சத்தில்
மீனொளி தெரிவதில்லை!

198

தெரியும் கரங்களே
வள்ளலாய்த் தெரியும்
தெரியாக் கரங்களோ
வேர்களாய்ச் சிறக்கும்!

199

சிறந்து வாழ்வதே
சீரிய வாழ்க்கை
இறந்து போவதோ
எளியவர் வேட்கை

200

வேட்கை என்றுமே

நெருப்பென வேண்டும்

உள்ளுக்குள் எரிந்தால்தான்

உனையது உயர்த்தும்.

ஊரடங்கு

201

ஊரடங்கை வரவேற்று
உட்கார்ந்து சாப்பிடுகிறோம்
வீடில்லா ஏழைகளின்
வயிற்றை மறந்தோம்

202

மறந்து போவது
நல்ல விடயம்தான்
வாங்கிய கடனைக்
கொடுத்தவன் மறப்பதில்லையே

203

இல்லாத பொழுதுகள்
இப்போது ஏராளமாக.
செய்வதற்கு வேலையின்றிப்
பொழுதுகள் சிரிக்கின்றன

204

சிரிப்பும் உரையாடலும்
அதிகமாகிப் போகின்றன
உறவுகளின் நெருக்கம்
பின்னாளில் உதவலாம்

205

உதவி செய்து வாழவும்
கடவுள் கொடுக்கும் வாய்ப்பு
மறுத்து வாழ்வோருக்குக்
கிடைக்குமா இன்னொரு வாய்ப்பு?

206

வாய்ப்பு பறிபோகும் என்று
காலையிலேயே பயணம்
இறைச்சிக்கும் மீனுக்கும்
இடைவெளி மறந்த வேகம்.

207

வேகப் பயணமெல்லாம்
வீட்டுக்குள் முடங்கியாச்சு.
எரிபொருள் விலைமட்டும்
இறங்காமல் போயாச்சு

208

போகும் இடம் தேடிப்
போவதற்கா அவதரித்தோம்?
சாகும் இடம் அழிய
வீடே கதியாவோம்!

209

ஆவோம் நன்மக்கள்
அடங்கும் வழிகளிலே
இருக்கும் இடத்திலேயே
இன்னொரு வரலாறாவோம்

210

வரலாற்றின் பக்கங்களில்
அடையாளம் நாமாவோம்;
வீரக் குடியாவோம்
விழித்திருந்து ஊரடங்கி...

நிலைக்கும் மரணம்

211

மரணித்துப் போனவர்
மருத்துவர் அல்ல;
மனிதர் குணத்தை
வெளிப்படுத்திய புனிதர்.

212

புனிதம் என்பது
வார்த்தை அல்ல;
மனிதர்களே அதுஉங்கள்
நடத்தையின் வெளிப்பாடு.

213

வெளிப்படும் குணங்களே
உன்னை யாரெனச் சொல்லும்
வெளிப்பட்ட வெளிச்சம்
இருளாவது இல்லை.

214

இல்லாத குணமெதுவும்
வெளியில் வாராது.
உள்ளத்து அழுக்குகளே
உயர்ந்தோரையும் அழுக்காக்கும்

215

ஆக்கும் பொருளனைத்தும்
அழிவது நிச்சயம்தான்
அதற்குள் ஏனோ இந்த
நிலைப்போம் எனும் நினைவுகள்

216

நினைவுகள் ஒருநாள் சுடும்
உனக்கும் நோவு வரும்
வைத்தியம் பார்க்க
நீயே மருத்துவனாகுக!

217

ஆகச் சிறந்த மனிதனும்
அடங்கிப் போகும் நேரம்
ஆடும் ஆட்டம் ஏனோ
அழியா திருப்ப தாரோ?

218

ஆரிங்கே நிலைத்திருப்பார்
ஆரிங்கே சிலையாவார்
காலம் கடந்தும் நிற்க
கர்வம் தவிர்த்து வாழ்க

219

வாழும் காலம் கொஞ்சம்
வாய்ப்பும் கூட பஞ்சம்
ஈரம் இல்லா நெஞ்சம்
ஏனோ துயரே மிஞ்சும்

220

மிஞ்சிப் போவது யாரோ?

மீதம் இருப்பவர் யாரோ?

எல்லோரும் அழிந்த பின்னே

இங்கே நிலைக்கும் மரணம்

வெற்றி

221

தேய்ந்து போகின்றன
விரல்களும் கண்களும்;
புதிய கவிதைகள் பிறப்பில்
மீண்டும் வளர்கின்றன.

222

வளரும் பருவத்தில்
வலைவீச்சு ஏராளம்
மாட்டாமல் தப்பித்தால்தான்
வாழ்க்கையில் வெற்றி

223

வெற்றிகள் மட்டுமே
சுவையைத் தருவதில்லை.
தோல்வியின் கசப்புமே
வாழ்க்கையின் சுவையாகும்

224

சுவைக்கும் உணவில்
பாசமும் தெரிகிறது
தனிமை தந்தது
அம்மாவின் அரவணைப்பு.

225

அரவணைக்கும் போதுதான்
உறவுகள் உயிர் பெறுகின்றன
அர்ப்பணிக்கும் போதோ
அவைகளோ உயர்நிலை எய்துகின்றன

226

எய்துபார்க்கும் அம்புகளுக்கு
என்ன தெரிந்துவிடும்
இலக்கைத் தொடுவதைத் தவிர
எய்தவனுக்குத்தான் இலாபம்

227

இலாபமும் நட்டமும்
வியாபாரத்தில் மட்டுமே
வாழ்க்கையில் பார்த்தால்
பிணங்களே நடமாடும்

228

ஆடும் கிளைகள்
காற்றின் திசையைப் பார்ப்பதில்லை
தேவையானவர்களுக்கு உதவ
நேரம் காலம் தேவையில்லை

229

இல்லை என்று சொல்லி
ஏளனம் செய்யாதீர்
இருப்பவர் யாவருமே
இங்கு இல்லாமல் போகிறவரே!

230

போகிற போக்கில் உதவு!

பொழுதிருக்கும் போதே வாழ்!

இருப்பவை யாவும் ஒருநாள்

இல்லாது போகும் தேய்ந்தே!

நினைவுகள்

231

தள்ளி விடுகிறேன்
தினமும் பொழுதுகளை
கிள்ளி எறியமுடியவில்லை
தனிமையில் நினைவுகளை

232

நினைவுகளின் தாலாட்டு
படுக்கைமேல் முள்ளாகிறது
கனவுகளின் வருகையெலாம்
பாலைவன நீரானது

233

நீரெலாம் சுடுகிறது
நினைவுகளும் சுடுகிறது.
பாரெலாம் வெப்பமேறி
பரிதவிக்கச் செய்கிறது

234

செய்கிற வேலையெலாம்
சோம்பலை வளர்க்கிறது
பெய்கிற கோடைமழை
பெருநினைவைச் சுமக்கிறது

235

சுமக்கும் நினைவெல்லாம்
சுகமாக இருப்பதில்லை
கனக்கும் மனத்தினிலே
கவிதைகளும் வருவதில்லை

236

இல்லாது போனாலும்
இருப்பதுபோல் பயமூட்டும்
பொல்லாத இந்நினைவு
போகுவது எப்போது

237

எப்போதும் நிலைத்திருக்கும்
துயர்மிகுந்த இந்நினைவு
இனிமேல் வாராமல்
இறையருளே காக்கட்டும்

238

காக்கும் நம்மிரக்கம்
காக்கும் கருணையுளம்
காக்கும் எனநம்பிக்
காத்திருப்போம் தனிமையிலே

239

தனிமை நலம்தருமே
தனித்தே சுகம்காண்போம்
நாளை இந்நினைவில்
பாடம் கற்றிருப்போம்

240

இருப்போம் மனிதர்களாய்
அரசின் சொல்கேட்போம்
அடுத்தவர் நலம்காப்போம்
சுயநலத்தைத் தள்ளி.

பொன்துகள்கள்

241

தலைமுறை ஒன்று
தள்ளிப் போகிறது
வலைதளப் பூக்கள்
வளைத்துப் போடுகிறது

242

போடும் கோலமல்ல வாழ்க்கை
தவறானால் அழித்து மாற்ற.
கையிலுள்ளது உளி
தவறின்றி செதுக்கு.

243

செதுக்குவது கல்லோ மரமோ
சிலையாக வருவதே வாழ்வு;
விறகும் சரளைக் கற்களும்
உளியின்றியே கிடைக்கும்

244

கிடைக்கும் நேரமெலாம்
சிதறாத பொன்துகள்கள்;
மணலில் கொட்டாமல்
வாழ்வதெல்லாம் உன்கையில்.

245

உன்கையில் உலகமும் உண்டு
உருமாறும் வரமும் உண்டு
நேர்மையாய் வாழ்ந்து
நிலைத்து வளர்க!

246

தொடர்வண்டி தாமதம்
அறிவிப்பும் நிறுத்தம்
அதிகமாகிப் போகிறது
மனஅழுத்தமும் பதற்றமும்

247

கண்களில் தெரிகின்ற
காட்சிகள் யாவும்
மண்ணில் நிகழ்கின்ற
மாயங்கள் தானே

248

கண்கள் தம்மைப்
பார்ப்பது இல்லை
உண்மையும் கூட
உளறுவது இல்லை

249

புதிய புத்தகம்
பிரித்துப் படித்தேன்
காணாமல் போனது
மனதின் பாரம்

250

எட்டிப்பிடிக்க உயர்த்தும்
இளசுகளின் கரங்கள்;
வசந்தத்தையும் அழைத்துக் கொண்டு
வானம் இறங்கி வரும்

ஆலமரம்

251

இருக்கின்ற எல்லோமும்
வெளியில் தெரிவதில்லை
சிலஇடங்களில் இரகசியம்
சிலஇடங்களில் இறைவன்

252

இறைவன் இல்லையென
வெளியில் நாத்திகம் பேசினாலும்
உள்ளுக்குள் பயம் தருகிறது
பெயர்ச்சிதரும் கடவுள்

253

கடவுள் இல்லையென
மறுப்பவர் கோயிலில்;
மனைவியின் துணைவனாக
வந்ததாகத் தகவல்.

254

தகவலைப் பெறுவதும்
பெற்றதைக் கடத்துவதும்
கலியுகத் தருமத்தைக்
காட்டும் வீரமாச்சு

255

வீராவேசம் பேசிய
சங்கத்தலைவரின் கரங்கள்
கைக்கட்டி நிற்கின்றன
முதலாளியின் முன்பாக

256

முன்பு அணிவகுக்கும்
பரிவாரங்களின் வழிநடையில்தான்
பயமின்றி வருகின்றார்
பரியேறும் பெருமாள்

257

பெருமாள் கோயில்
பிரசாத வரிசையில்
பக்தியை மறைத்தது
வயிற்றுப் பசி

258

பசியை மறந்து
குழந்தைக்கு ஊட்டினாள்
வயிறு நிறைந்ததால்
மனசும் நிறைந்தது

259

நிறைந்த மழைநீரால்
வயல்மட்டும் மகிழவில்லை
குளமும் ஆறும்
ஆற்றோரப் பறவைகளும்

260

பறவை இடுகின்ற
எச்சக் கழிவுகளில்தான்
ஆலமரம் கூட
அடங்கி யிருக்கிறது

தேர்தல்

261

சாலைகள் புதிதாகின்றன
தண்ணீர் ஒழுங்காக வருகிறது
நிறைய வெள்ளைச் சட்டைகள்
ஓ ..தேர்தல் வருகிறது

262

வருகிற தேர்தலிலாவது
ஓட்டுப் போட வேண்டும்
தேர்தல் பணிக்குச்
செல்லும் அதிகாரி

263

அதிகார போதை
யாரையும் விடுவதில்லை
சித்தாளை வதைத்தெடுக்கும்
கொத்தனார் கூட்டம்

264

கூட்டம் சேர்த்தால்தான்
வீட்டுக்குள் நுழையலாம்
எத்தனை நாளைக்குச்
செலவு செய்வது?

265

செய்யும் வேலையை
விடுவோமா வேண்டாமா
புதிய கட்சியில்
பதவியோடு அழைப்பு

266

அழைக்கும் தலைவனுக்கு
வென்றபின் நினைவிருக்காது
தேர்தலில் ஓடியாடிய
கடைக்கோடி தொண்டனை.

267

தொண்டர்கள் போற்றப்படுவது
தேர்தல் வெற்றிவரைதான்
சாப்பிடப் பயன்பட்ட
இலையே மேலாகும்.

268

மேல்தட்டு கீழ்த்தட்டு
சமத்தட்டாகி மகிழும்
வெற்றித்தட்டு வந்தவுடன்
பணத்தட்டே பிரிக்கும்

269

பிரித்தாளும் சூழ்ச்சி
இன்னமும் உள்ளது
ஒரே குடும்பத்தில்
இருவேறு கட்சிகள்

270

கட்சிகள் புதிது புதிதாய்த்
தோன்றி மகிழ்கின்றன.
எல்லோர் மனத்துள்ளும்
கோட்டைக்குச் செல்லும் சாலை

வறுமை

271

வறுமை என்பது
கத்தியைப் போன்றதே
வைரங்கள் அதனால்தான்
பட்டை தீட்டப் படுகின்றன.

272

தீட்டப்படும் கற்களெல்லாம்
மின்னுவது உண்டு
மின்னுவதாலேயே அவை
வைரங்கள் அல்ல

273

அல்லவை அனைத்தும்
முண்டியடித்தே முன்னேறும்
ஆனால் வெற்றிக் கோட்டை
எந்நாளும் தொடுவதில்லை

274

இல்லாத அறிவை

இருப்பதுபோல் காட்டுவோர்

மழைவிட்ட பிறகு

சாயம்போன நரிகளாவர்

275

நரிகளின் ஊளைகளுக்கு

அரிமாக்கள் பயங்கொள்வதில்லை

தேவைப்படும் போதுமட்டுமே

அவைகட்கு வேட்டையாடத் தெரியும்

276

தெரியும் நீச்சல் என்பதால்

எல்லா குளத்திலும் இறங்கலாகா

நீரின் சுழற்சி

எங்கு வேண்டுமானாலும் இருக்கும்

277

இருக்கும் அறிவை
சரியாகப் பயன்படுத்து
ஒருவேளை நாளை
தீர்ந்தும் போகலாம்

278

போகாத ஊருக்கு
வழியைத் தேடுவதே
புறம்போக்குச் சிந்தைகளின்
வேலையாகிப் போனது

279

துன்பம் அழுகை
இவைகள் எல்லாமும்
வாழ்வின் அங்கங்களே
இருப்பதே சரியான வாழ்வு

280

வாழ்க்கை சிலருக்குச்

செல்வத்தை அள்ளித் தரும்

இருந்தாலும் சிலருக்கு

மனத்துக்குள் வறுமை

வேலை

281

பிடித்த வேலை
குதிரைக் கொம்பானது
பிடிக்காத வேலை
வாழ்க்கையை நகர்த்துகிறது

282

நகர மறுக்கும்
நகரப் பேருந்து
முன்னே நிற்குது
குடிமகன் வாகனம்

283

வாகனப் போக்குவரத்து
வளமாகிப் போனதால்
நெடுஞ்சாலை யெல்லாம்
நிறுத்தற் குறிகள்!

284

குறித்த நேரத்தில்
பணயிடம் செல்ல
துடிக்குது மனமும்
சிவப்பு விளக்கும்

285

விளக்கை நோக்கியே
விரும்பிச் செல்கின்றன
விட்டில் பூச்சிகளோடு
பண மூட்டையும்

286

மூட்டைப் பூச்சியாய்
ஊழல் பணமூட்டை
எப்படி நகர்த்துவது
காவல்துறை வேட்டை

287

வேட்டையாடும் புலிகளுக்குள்
விளையாடும் நரிகள்
காணாமல் போனது
பாதுகாப்புப் பெட்டகம்

288

பெட்டகத்தின் பொறுப்பு
நரிகளிடம் வழங்கப்பட்டது
களவாடப் படலாம்
எனத் தெரிந்தும்

289

தெரிந்தே இழைக்கப்படுகின்றன
தவறுகள் அனைத்தும்
தண்டனை ஒன்றும்
கடினமாக இல்லையே

290

இல்லை என்பதே

உலகில் இல்லை

இன்று பிடிக்காதது

நாளை பிடிக்கும்

குடும்பம்

291

நினைப்பது போலக்
கிடைப்பது இல்லை
மனைவியும் வாழ்க்கையும்
ஏன்..குழந்தைகளும்தான்..

292

குழந்தையாகவே இருந்திருக்கலாம்
கிடைத்ததை வைத்து
விளையாடி மகிழ்ந்து
எல்லோரையும் நம்பிக்கொண்டே

293

நம்பிக்கையே சிலநேரம்
துரோகிகளுக்குச் சாதகமாகிறது
தருமம் நியாயமெல்லாம்
நமக்குப் பாதகமாகிறது

294

பாதகம் எல்லோமும்
எல்லோர்க்கும் பாதகமல்ல;
ஒருவரின் தோல்வியே
இன்னொருவர் வெற்றியாம்

295

வெற்றியும் தோல்வியும்
இறைவனுக்கு ஒன்றுதான்
ஆனாலும் நாமெல்லாம்
இறைவன் இல்லையே

296

இல்லாத போதெல்லாம்
துயருறும் மனமே
இருக்கின்ற போது
அனுபவிக்க முயல்வதில்லை

297

முயலும் செயல்களில்
வெற்றி வராவிடினும்
முயற்சியை மட்டும்
விட்டு விடாதே

298

விடாமுயற்சி ஒன்றே
வெற்றியை நல்கும்
முயலா மாந்தருக்கு
வெற்றி குதிரைக் கொம்பே

299

கொம்பு முளைத்ததுபோல்
பேசும் மாந்தரெலாம்
காலச் சுழல்நீரில்
நிலைப்பதே இல்லை

300

இல்லை யென்போர்க்கு
இருக்கிறான் இறைவன்
சொல்லாய் செயலுமாய்
என்றும் அவர்நினைவாய்!

ஆசிரியரை பற்றி

இராம வேல்முருகன் வலங்கைமான்

இவர் தமிழ்நாட்டில் உள்ள திருவாரூர் மாவட்டத்தை சேர்ந்த வலங்கைமான் எனும் நகரைச் சேர்ந்தவர். வலங்கைமான் அரசினர் தொழில்நுட்பக் கல்லூரியில், கல்லூரி முதல்வரின் நேரடி உதவியாளராக பணியில் இருக்கிறார். முதுகலை அறிவியல் பட்டதாரியான இவர், பள்ளிக் காலங்களில் இருந்தே, கவிதைகள் பல எழுதி வந்தவர். இவரது படைப்புகள் தினமலர், ராணி வார இதழ், மாலைமுரசு, ஓம்சக்தி, தும்பை போன்ற இதழ்களில் வெளியாகி இருக்கிறது. இன்று முகநூலிலும், மின்னிதழ்கள் பலவற்றிலும் எழுதிக் கொண்டிருக்கிறார். மரபுக் கவிதை எழுதுவதில் தனித்த திறமை கொண்டவர், பலருக்கு மரபுக் கவிதையில் பயிற்சியும் தந்து கொண்டிருக்கிறார். நூல்கள் பலவற்றை வெளியிட்டிருக்கிறார். தொகுத்தும்

வழங்கியிருக்கிறார். தன்முனைக் கவிதை அந்தாதி வகைமையில் இது இவரது முதல் முயற்சி எனும் பெருமை பெறுகிறது. முகநூல் வாயிலாகவும், தமிழ் இலக்கிய அமைப்புகளின் வாயிலாகவும் பல்வேறு விருதுகளைப் பெற்றிருக்கும் இவர், தமிழக அரசின் "தமிழ்ச்செம்மல்" விருதினை 2020 பெற்றிருக்கிறார்.

9789354902000

FCW - #0159 - 061026 - C0 - 200/125/8 - PB - 9789354902000 - Gloss Lamination